First Published by Ink Gladiators Press®

Translations Of Hope

Editor-in-Chief: Reena Doss

First Edition

ISBN 13: 978-93-49117-58-7

Hidden Scents For You - Lantern 1

Credits:

Book Design by Leonie Belle Hawk

French & Tamil Translations: Edited and Proofed by Justin Adam Wolf and Aelius Arche

Ink Gladiators Press®

Publishing and promoting warriors on life's battlefield

Founded in 2019 | Bangalore, India

www.inkgladiatorspress.com

To my beloved Weaver,

who has created the most stunning natural scents
for so many purposes that humanity is still discovering;
this is my grateful praise to you for giving my heart
a bottle filled with lots of ink

To my future family,

the ones I hold in prayer before they become real;
may we leave behind footprints
of unforgettable scents of kindness wherever we go

To my dear Mama,

who saved her treasured rose perfume,
red lipsticks and herbal moisturizers to apply on us
for special occasions; may your cupboard always be stacked
with many tangible gifts you once held for us

This book is a lantern of

Hidden Scents For You

Love Adores
Never-ending Tales:
Eagerly Ready, News Sails

The main content is written in English,
with French and Tamil translations
added after each piece.

Hidden Scents For You

Because Mental Health Matters

I stopped numbering my pages because my story is still being written.

Besides, I do like its symbol a lot—a sleeping 8.

I'll find you in the dark because I'm the girl

who loves to stay *lost* amongst the midnight stars

caught up with moonbeams *in a lantern*

trying to find my way back *home*

LANTERNS

The pleasure of watching light move across the night sky against its deep purples, blues and greys is an incredible sight to behold.

Though I have never seen it in person myself except on TV, reels or videos, I would imagine that it mimics the feeling of a thousand golden suns glimmering brighter than the stars behind them. I would imagine that it would capture the feeling of remembering that we are each important because no matter how small or big we are light travels faster than sound. I would imagine it would make anyone who sees them smile, open their hearts as hope flutters like birdsong near their door, and the taste of something indescribably good wraps them warmly.

Lanterns are necessary because igniting hope is the best cure in support of mental health awareness. Many live in darkness, in a state of feeling disillusioned by those they put their faith in and have forgotten how to see their own hearts through eyes that love, but a lantern is meant for just this purpose—to relight someone's candle with kindness, to hold a hand steadily in their shadows, and to listen gently to the broken pieces in others speaking. Sometimes, the truth is simple.

That delicate point between human nature and the desire to do what is good is where we will meet the Author of Love. Love can only be known from the One who created us and even when people (who follow the Weaver/God) make us feel like He isn't real or there for us, one of the best ways to reconnect with Him directly is to love with all your heart—and to balance it with healthy discernment, boundaries and truth in situations where your broken parts might want to do, feel or say the exact opposite. *E.g.: Jesus Christ*

It is my joy to let go of this lantern—as all lanterns must be—for others to find because I want to share something beautiful that I gained and that is mine to offer: You are deeply loved by Heavenly Hands that have constructed, created and command time, space, and distance.

∞

Dear Hut,

I come to you when I need to be reminded of the simple things in life. I love how everything inside is designed in shades of purple. My favourite spot is the little round table with its flower-laced cover and the vase of assorted wildflowers blooming on the top. The green leaves and stalks stand out and I find myself wondering which colours I love more. I can't decide because they are all beautiful.

I have a lotion here too. When I put a bit of its buttery liquid in my palms and rub them together before spreading it over my skin, the smell of its sweet nature threads its way to my nostrils like a breath of air that is intoxicating to the senses. I soak my feet in warm water and smile in pleasure as the heat soothes me in places deep within. You are the place that thinks of my peace more than any other because you always nudge me to remember the softest, kindest, and gentlest things in the world.

When the wind brushes against me in a delicate caress, I can't help but think how it must love *Lavender* too. What is a scent without the wind after all? The air in the wind makes it possible. Maybe this is why clouds inspire me to see their shapes and believe in what could be.

Yours

P.S. I like sitting with you when others overwhelm me because being little, underestimated, and invisible is a wonderful thing.

Cher Hut,

Je viens te voir quand j'ai besoin de me rappeler les choses simples de la vie. J'adore la façon dont tout à l'intérieur est conçu dans des tons de violet. Mon endroit préféré est la petite table ronde avec sa nappe à fleurs et le vase rempli de fleurs sauvages qui s'épanouissent dessus. Les feuilles et les tiges vertes ressortent et je me demande quelles couleurs je préfère. Je n'arrive pas à me décider, car elles sont toutes magnifiques.

J'ai aussi une lotion ici. Lorsque je mets un peu de ce liquide onctueux dans mes paumes et que je les frotte avant de l'étaler sur ma peau, son parfum sucré vient chatouiller mes narines comme une bouffée d'air qui enivre les sens. Je trempe mes pieds dans de l'eau chaude et je souris de plaisir tandis que la chaleur m'apaise au plus profond de moi. Tu es l'endroit qui me procure plus de paix que tout autre, car tu me pousses toujours à me souvenir des choses les plus douces, les plus gentilles et les plus délicates au monde.

Lorsque le vent me caresse délicatement, je ne peux m'empêcher de penser qu'il doit lui aussi aimer la lavande. Après tout, qu'est-ce qu'un parfum sans le vent ? C'est l'air dans le vent qui le rend possible. C'est peut-être pour cela que les nuages m'inspirent à voir leurs formes et à croire en ce qui pourrait être.

Bien à toi,

P.S. J'aime m'asseoir avec toi quand les autres m'accablent, car être petit, sous-estimé et invisible est une chose merveilleuse.

Hidden Scents For You

பிரியமான குடிலே,

நான் வாழ்க்கையின் எளிய விஷயங்களை நினைவுபடுத்த வேண்டியபோது உன்னோடு வருகிறேன். உன்னுள்ள அனைத்தும் சPurple நிறங்களில் வடிவமைக்கப்பட்டுள்ளதை நான் மிகவும் விரும்புகிறேன். எனது விரும்பத்தகுந்த இடம், சிறிய சுற்று மேஜை, அதன் மலர்வரிசைப்பட்ட கவசத்துடன், மேலே அசல் காட்டு பூக்கள் மலர்ந்து நிற்கும் வடிகட்டியில் உள்ளது. பச்சை இலைகள் மற்றும் முடிகள் கவனத்தை ஈர்க்கின்றன, மற்றும் நான் எது அதிகமாக விரும்புகிறேன் என யோசிக்கின்றேன். நான் முடிவெடுக்க முடியவில்லை, ஏனென்றால் அவை அனைத்தும் அழகானவை.

இங்கு நான் ஒரு லோஷன் வைத்துள்ளேன். அதைக் கையிலும் பரப்பினால், அதன் இனிய வாசனையை சுவாசிக்கும் போது அது என்னை சற்றே மயக்கும். நான் என் கால்களை வெந்நீரில் மூழ்கவிடுகிறேன், அதன் வெப்பம் எனது உடலில் உள்ள ஆழமான இடங்களை சும்மா ஆரோக்கியமாக ஆக்குகிறது. நீ எனது அமைதியை நினைவுபடுத்தும் இடமாக உள்ளாய், ஏனென்றால் நீ எப்போதும் என்னை உலகின் மென்மையான, தயவு கூர்ந்த, சிறிய விஷயங்களை நினைவூட்டுவதாக இருக்கின்றாய்.

பனியை என் மீது மெதுவாக முத்தம் போல உறுக்கினால், அது லாவெண்டர் வாசனையை விரும்புகிறதா என நினைக்கிறேன். வாசனை என்னவாக இருக்க வேண்டும் என்றால் பனி இல்லாமல் முடியாது, அல்லவா? அந்த மெல்லிய காற்றில் அது வாழும். இதனால் தான் மேகங்கள் என்னை அதன் வடிவங்களை பார்க்குமாறு தூண்டும், நான் நம்புவதற்குத் தூண்டுகிறது.

உங்களுடைய

P.S. பிறர் என்னை அலைக்கழிப்பதாக உணர்ந்தபோது, நான் உன்னுடன் உட்கார விரும்புகிறேன், ஏனெனில் சிறியதாக, மறுக்கப்பட்டதாக, தெரியாதவையாக இருக்கின்றது ஒரு அற்புதமான விஷயமாகும்.

Reena Doss

Dear Tent,

I am a dreamer but I also make things happen when I choose what I am ready to lose and what I am not. I always bring everything to the Weaver in prayer. I want to always be open to what He says I am ready for even if I do not feel prepared. I do not mind the struggle. I do mind when I feel misunderstood, but that cannot always be helped.

I always try to be me. That's why I like to hang out with you. You are humble, you appreciate the stars, the soil, the smell the earth gives after the passion of the sky has softened every part of her. *Petrichor.* It is a gift I give myself in uncertainties, because in its scent I find that certainty dwells.

There is nothing more lovely than to be a part of nature, to be sad when it wounds, to be grateful when it provides, to be joyful when it welcomes you.

Yours

P.S. When it rains or when the night comes, there is nothing better than sitting under your canvas, and looking up at the moon and find its poetry.

Chère Tent,

Je suis une rêveuse, mais je fais aussi bouger les choses lorsque je choisis ce que je suis prête à perdre et ce que je ne suis pas prête à perdre. Je confie toujours tout au Tisseur dans la prière. Je veux toujours être ouverte à ce qu'Il dit que je suis prête à faire, même si je ne me sens pas préparée. Les difficultés ne me dérangent pas. Ce qui me dérange, c'est de me sentir incomprise, mais on ne peut pas toujours y remédier.

J'essaie toujours d'être moi-même. C'est pourquoi j'aime passer du temps avec toi. Tu es humble, tu apprécies les étoiles, la terre, l'odeur qu'elle dégage après que la passion du ciel l'ait adoucie dans ses moindres recoins. Le pétricor. C'est un cadeau que je m'offre dans l'incertitude, car dans son parfum, je trouve la certitude.

Il n'y a rien de plus beau que de faire partie de la nature, d'être triste quand elle blesse, d'être reconnaissant quand elle procure, d'être joyeux quand elle vous accueille.

Bien à vous,

P.S. Quand il pleut ou quand la nuit tombe, il n'y a rien de mieux que de s'asseoir sous votre toile, de regarder la lune et d'y trouver sa poésie

.

Reena Doss

பிரியமான குடிலே,

நான் வாழ்க்கையின் எளிய விஷயங்களை நினைவுபடுத்த வேண்டும் என்றால் உன்னோடு வருகிறேன். உன்னுள்ள அனைத்தும் பருப்பு நிற நிறங்களில் அழகாக வடிவமைக்கப்பட்டுள்ளன. எனது விருப்பமான இடம், சிறிய சுற்று மேஜை, அதன் மலர்வரிசைப்பட்ட கவசத்துடன், அதன் மேல் அசல் காட்டு பூக்கள் மலர்ந்திருக்கும். இந்த பச்சை இலைகள் மற்றும் முடிகள் அனைத்தும் அழகானவை.

இங்கு நான் வைத்துள்ள லோஷனின் இனிய வாசனை என் உடலை மயக்கி, கால்களை வெந்நீரில் மூழ்கவிட்டு, அதன் வெப்பம் என்னை அமைதியாகச் செய்யுகிறது. நீ என் அமைதியை நினைவூட்டும் இடம், எப்போதும் என்னை மென்மையான, தயவு கூர்ந்த விஷயங்களை நினைவூட்டுவதாக இருக்கின்றாய்.

பனியில் என் மீது முத்தம் போல் உறுக்கினால், அது லாவெண்டர் வாசனையை விரும்புகிறதா என நினைக்கிறேன். வாசனை எந்த வினாடியும் காற்றால் வேருடனே பரப்பப்படும். இதனால் தான் மேகங்கள் என்னை அதன் வடிவங்களை பார்க்கத் தூண்டும்.

உங்களுடைய

P.S. பிறர் என்னை அலைக்கழிப்பதாக உணர்ந்தபோது, நான் உன்னுடன் உட்கார விரும்புகிறேன், சிறியதாக, மறுக்கப்பட்டதாக இருக்கின்றது ஒரு அற்புதமான விஷயமாகும்.

Hidden Scents For You

Dear Bungalow,

I wonder how you manage to feel like Spring every single time I visit you. Everything is bright in your rooms. Is it because of the way butterflies love making a home in you?

You are so welcoming to every little creature who has a secret to share. They leave prints and that is how I know how kind you are to the ones who never need to ask you if it's okay to stop awhile. Are your doors never locked? Is it the fragrance of the *Lemongrass* you grow that keeps this space so calm and refreshing?

You even let a rogue stream run through the foundation of your grounding. I like knowing you exist here though. Music from the birds fill the atmosphere just like the trees' branches find ways to be part of you. I like to dance here. No one watches what looks deserted. I am free. I spin, I twirl, and I pretend I am a queen with the loveliest wild crown, made of rare leaves that no one can find except hearts like mine. It is a blessing to be invited to a home that made its blueprint with its own vision, appreciation, and beauty of what most cannot understand.

Yours

P.S. Don't think I didn't notice you watching me and grinning like as though that's exactly what you aimed to do. Are you secretly a myth? Maybe.

Reena Doss

Cher Bungalow,

Je me demande comment tu fais pour me donner l'impression que c'est le printemps à chaque fois que je te rends visite. Tout est lumineux dans tes pièces. Est-ce parce que les papillons adorent s'y installer ?

Tu es si accueillant pour toutes les petites créatures qui ont un secret à partager. Elles laissent des traces, et c'est ainsi que je sais à quel point tu es gentil avec celles qui n'ont jamais besoin de te demander si elles peuvent s'arrêter un moment. Tes portes ne sont-elles jamais fermées à clé ? Est-ce le parfum de la citronnelle que tu cultives qui rend cet espace si calme et rafraîchissant ?

Tu laisses même un ruisseau sauvage couler sous les fondations de ton terrain. J'aime savoir que tu existes ici. Le chant des oiseaux emplit l'atmosphère, tout comme les branches des arbres trouvent le moyen de faire partie de toi. J'aime danser ici. Personne ne surveille ce qui semble désert. Je suis libre. Je tourne, je virevolte et je fais semblant d'être une reine avec la plus belle couronne sauvage, faite de feuilles rares que personne ne peut trouver, sauf les cœurs comme le mien. C'est une bénédiction d'être invitée dans une maison dont les plans ont été dessinés avec une vision, une appréciation et une beauté propres, que la plupart des gens ne peuvent comprendre.

Bien à vous

P.S. Ne croyez pas que je n'ai pas remarqué que vous m'observiez en souriant, comme si c'était exactement votre intention. Êtes-vous secrètement un mythe ? Peut-être.

பிரியமான பங்களா,

நான் ஒவ்வொரு முறை உன்னிடம் வரும்போதும் நீ எப்படி எப்போதும் வசந்தமாகவே உணர்த்துகிறாய் என ஆச்சரியமாக இருக்கிறது. உன் அறைகளில் அனைத்தும் பிரகாசமாக இருக்கின்றன—அது பட்டாம்பூச்சிகள் உன்னுள் தங்கள் வீட்டை அமைக்க விரும்புவதாலா?

உன்னிடம் சிறிய உயிர்கள் தங்கள் ரகசியங்களை பகிர்ந்துகொள்ள வரும்போது, நீ அவற்றை அன்புடன் வரவேற்கிறாய். அவர்கள் விட்டுச் செல்லும் தடயங்கள், நீ எவ்வளவு மனம் திறந்தவள் என்பதை எனக்கு சொல்லும். உன் கதவுகள் ஒருபோதும் பூட்டப்படுவதில்லை போல. நீ வளர்க்கும் எலுமிச்சைத் தழை வாசனையா இந்த இடத்தை இவ்வளவு அமைதியாகவும் புத்துணர்ச்சியாகவும் வைத்திருக்கிறது?

நீ உன் அடித்தளத்தின் வழியாக ஒரு சிறிய தாறுமாறான ஓடையையும் ஓட அனுமதிக்கிறாய். ஆனால் அதுதான் உன்னை சிறப்பாக ஆக்குகிறது. பறவைகளின் இசை, மரக்கிளைகள் போல உன்னோடு கலந்து, காற்றில் நிறைந்திருக்கிறது. இங்கே ஆடுவது எனக்கு பிடிக்கும். யாரும் பார்க்கவில்லை, யாரும் தீர்ப்பளிக்கவில்லை. நான் சுதந்திரம். நான் சுழல்கிறேன், சுற்றுகிறேன், எனது மனதில் ஒரு அரிய இலைகளால் ஆன வனக் கிரீடம் அணிந்த ராணியாக நான் இருக்கிறேன். பெரும்பாலோர் புரிந்துகொள்ள முடியாத அழகை தன் கற்பனை மற்றும் பார்வையால் வடிவமைத்த வீட்டில் இருக்குவது ஒரு ஆசீர்வாதம்.

உன்னுடையது

P.S. நீ என்னைக் கண்டு சிரித்ததை நான் கவனிக்காதது என்று நினைக்க வேண்டாம். அது உன் நோக்கம்தான் போல இருந்தது. நீ ரகசியமான ஒரு புராணக் கதையா? ஒருவேளை ஆம்.

Dear Skyscraper,

You are so tall and everything inside you reminds me of the *Pinewood* trees, of ancient giants that lived before my time and of places that feel alien, and yet are beyond my understanding of what I know.

I like to stand outside of you because I am in awe of your structure—the architect of you. I can't even comprehend the skill of every hand that would have designed you to become intimidating, walls closing in, barriers so high, and yet I appreciate you because sometimes you are necessary for me to live in.

When I'm inside you, I feel safe even when I know it is an illusion. An earthquake, and down I go with everything. A flood, and nothing remains. A crash from another building, and I could be gone. Yet I fear these possibilities less because I know that I fear the hearts of corrupt humanity more than the wild that already obeys the Weaver's voice.

Yours

P.S. I know you are vast—but I like to sit in a tiny spot when I feel like this. You don't like when I do that, but that is my way of telling you I am okay and I just need you.

Cher Gratte-ciel,

Tu es si grand et tout en toi me rappelle les pins, ces géants anciens qui vivaient avant mon époque, et ces lieux qui me semblent étrangers, mais qui dépassent ma compréhension.

J'aime me tenir à l'extérieur de toi, car je suis émerveillé par ta structure, par ton architecte. Je ne peux même pas comprendre le talent de toutes les mains qui t'ont conçu pour que tu sois intimidant, avec tes murs qui se referment, tes barrières si hautes, et pourtant je t'apprécie parce que parfois tu es nécessaire à ma vie.

Quand je suis à l'intérieur de toi, je me sens en sécurité, même si je sais que c'est une illusion. Un tremblement de terre, et je m'effondre avec tout le reste. Une inondation, et il ne reste plus rien. Un crash d'un autre bâtiment, et je pourrais disparaître. Pourtant, je crains moins ces possibilités, car je sais que je crains davantage le cœur de l'humanité corrompue que la nature sauvage qui obéit déjà à la voix du Tisseur.

Bien à toi,

P.S. Je sais que tu es vaste, mais j'aime m'asseoir dans un petit coin quand je me sens comme ça. Tu n'aimes pas quand je fais ça, mais c'est ma façon de te dire que je vais bien et que j'ai juste besoin de toi.

பிரியமான மேகமூட்டக் கட்டடமே,

நீ எவ்வளவு உயரமாக இருக்கிறாய்! உன்னுள்ள அனைத்தும் எனக்கு பைன்வுட் மரங்களையும், என் காலத்துக்கு முன்னர் வாழ்ந்த பண்டைய மாபெரும்களையும், எனக்குப் புதிதாகத் தோன்றும் ஆனால் எனது அறிவை மீறும் இடங்களையும் நினைவூட்டுகிறது.

நான் உன்னருகில் நிற்க விரும்புகிறேன், ஏனெனில் உன் அமைப்பின் அற்புதம் எனக்கு வியப்பாக இருக்கிறது—உன்னை வடிவமைத்த கலைஞரின் திறமை புரியாத ஒன்றாக உள்ளது. உன்னை நோக்கி நான் சில நேரங்களில் பயந்துபோகிறேன், உன் சுவர்கள் உயரமாக, சற்றே மூச்சுத் திணறலாக தோன்றினாலும், நான் உன்னை மதிக்கிறேன்—ஏனெனில் சில நேரங்களில் உன்னைப் போன்ற இடங்கள் எனக்கு அவசியமானவை.

உன் உள்ளே இருக்கும் போது நான் பாதுகாப்பாக உணர்கிறேன், அது ஒரு மாயை என்பதை அறிந்திருந்தாலும். ஒரு நிலநடுக்கம் வந்தால், அனைத்தும் இடிந்து விழும்; ஒரு பெரு மழை வந்தால், எதுவும் மீதமிருக்காது; மற்றொரு கட்டிடம் மோதி வந்தால், நானும் மறைந்து போகலாம். ஆனால் இவை எனக்கு பயமில்லை—ஏனெனில் நான் கடவுளின் குரலை ஏற்கும் இயற்கையை விட, மனிதனின் சிதைந்த இதயங்களைப் பற்றியே அதிகமாக பயப்படுகிறேன்.

உன்னுடையது

P.S. நீ மிகப் பெரியவள் என்று எனக்குத் தெரியும்—ஆனால் நான் இப்படி உணரும்போது, சிறிய ஒரு மூலையில் அமைதியாக அமர விரும்புகிறேன். அது உனக்குப் பிடிக்காது, ஆனால் அதுவே நான் நன்றாக இருப்பதைச் சொல்லும் எனது வழி. எனக்கு நீயே போதும்.

Dear Rowhouse,

Living in your rooms makes me sociable. Even when I want to be in my own world, your very proximity to other rooms invites the oddest guests to visit. I confess I like the ones who are a bit strange and stand out. I do have to hide when the gossipy ones arrive.

There are many perspectives that I discover when I listen to others' tales. Some are quite bizarre; some extraordinary and other stories are quite moving. Sometimes, excusing myself from crowds to visit solitude where I can just empty the ink—can be a challenge. They think I am stuck up but you help me learn boundaries and discernment.

I try not to be overwhelmed in the emotions their storytelling images conjure up, but alas as a writer that seems to be impossible. It is as though being around people causes me to feel things too intensely which often makes me have a cool expression but that's because the inside of me is flooding fast. I absorb the feelings of others and experience them like as though they are mine, even when they are not. It takes strength to create a gentle internal boundary to prevent the overlap.

Yours

P.S. I do like your homely bathtub, and more particularly, the *Sandalwood* freshener you always add.

Cher Rowhouse,

Vivre dans tes chambres me rend sociable. Même lorsque je souhaite rester dans mon monde, ta proximité avec les autres chambres invite les invités les plus étranges à me rendre visite. J'avoue que j'apprécie ceux qui sont un peu bizarres et qui sortent du lot. Je dois toutefois me cacher lorsque les curieuses arrivent.

J'ai découvert de nombreux points de vue en écoutant les histoires des autres. Certaines sont assez bizarres, d'autres extraordinaires, d'autres encore très émouvantes. Parfois, il m'est difficile de m'éloigner de la foule pour retrouver la solitude où je peux simplement vider mon encre. Ils pensent que je suis prétentieux, mais tu m'aides à apprendre les limites et le discernement.

J'essaie de ne pas me laisser submerger par les émotions que suscitent les images évoquées par leurs récits, mais hélas, en tant qu'écrivain, cela semble impossible. C'est comme si le fait d'être entouré de gens me faisait ressentir les choses trop intensément, ce qui me donne souvent un air froid, mais c'est parce que mon intérieur est en ébullition. J'absorbe les sentiments des autres et les vis comme s'ils étaient les miens, même lorsqu'ils ne le sont pas. Il faut beaucoup de force pour établir une ligne intérieure douce afin d'éviter le chevauchement.

Bien à vous,

P.S. J'aime beaucoup votre baignoire accueillante, et plus particulièrement le désodorisant au bois de santal que vous ajoutez toujours.

பிரியமான ரோஹவுஸ்,

உன் அறைகளில் வாழ்வது எனக்கு சமூகவாதியானவராக மாற்றுகிறது. நான் என் சொந்த உலகில் இருக்க விரும்பினாலும், உன் அருகாமையில் உள்ள பிற அறைகள் அசாதாரண விருந்தினர்களை வரவேற்கின்றன. நான் ஒப்புக்கொள்கிறேன், நான் சிறிது சம்பந்தப்பட்டவர்களை விரும்புகிறேன், அவர்கள் சிறிது வித்தியாசமானவர்கள் மற்றும் பிரத்தியேகமாக இருப்பவர்கள். நிகரே, நான் கிசுகிசு செய்யும் போது மறையும் தேவைப்படுவேன்.

இருந்தாலும், மற்றவர்களின் கதைசொல்லலைக் கேட்கும் போது, பல கோணங்களை நான் கண்டறிகின்றேன். சில வேளைகளில் அது மிகவும் விசித்திரமானதாக இருக்கின்றது; சில வேளை அதிசயமாகவும், சில வேளைகளில் அவை மிகுந்த உணர்வுகளைத் தூண்டும். எப்போது நான் கூட்டத்திலிருந்து ஓர் தனிமையில் சென்று, சுளுக்கங்களை நீக்கினாலும், அது ஒரு சவாலாக இருக்கிறது. அவர்கள் என்னை பெரும்பாலும் பொறுத்தவரை உயர்ந்தவராக நினைக்கிறார்கள், ஆனால் நீ எனக்கு எல்லைகள் மற்றும் வினோதத்தன்மையை கற்றுக்கொள்ள உதவுகிறாய்.

நான் அந்நியராகச் செய்யும் கதைசொல்லி உருவாக்கும் உணர்வுகளை இழக்காமல் இருக்க முயற்சிக்கிறேன், ஆனால் அது என் எழுத்தாளர் மனதுக்கு சாத்தியமற்றது போல தான் தெரிகிறது. பண்டமெல்லாம் ஒருவருக்கே அருகில் இருக்கும்போது நான் அந்த உணர்வுகளை மிகுந்த தீவிரமாக உணர்கிறேன். அது என் முகத்தை குளிர்ந்ததாக காட்டுகிறது, ஆனால் என் உள்ளம் வேகமாக வெறுமையாக விரிகின்றது. நான் மற்றவர்களின் உணர்வுகளை உட்கொள்கிறேன், அவை எனது உணர்வுகளாக உணர்ந்தபோதும், அவை எனக்கு உரியவை அல்ல. எனவே, உள்ளகத்தில் மெல்லிய எல்லையை உருவாக்கி எவ்வாறு மாறுபடாமல் இருக்க முடியும் என்பது பெரும்பாலும் சக்தியுடன் வருவதாக உள்ளது.

உன்னுடையது

P.S. நான் உன் வீட்டின் குளியலறையையும் மிகவும் விரும்புகிறேன், குறிப்பாக நீ எப்போதும் சேர்க்கும் சந்தனப்பூக்கருவியையும்.

Dear Apartment,

I like you for one reason: When I turn the key, step inside, and shut the door behind me, I love to reach for the hidden door in the hallway—the one filled with coats I imagine my future husband and sons will wear.

The scent of *Old Spice* delights me. It is because my father used to wear it. Remember how I used to open his perfume bottle just to take a whiff when I wanted to feel calm? That makes me smile now, but whenever he hugs me, I still feel a deep sense of safety. Even to this day.

My daughters and I will have a coat closet in another space, perhaps in an attic room with a window or balcony, where we can look out and sometimes feel like princesses or queens waiting for their beloved—even if we already have them. That's the best part.

You make me think of freshly cut fruits on the table, new books I want to get from the library, and the joy of grabbing my soft purple blanket just to curl up in some cozy corner to read.

Yours

P.S. I know you're amused that I come to you for this reason. I don't mind, because to me Old Spice says, "my first safe space".

Cher Appartement,

Je t'aime pour une raison : quand je tourne la clé, que j'entre et que je ferme la porte derrière moi, j'adore atteindre la porte cachée dans le couloir, celle qui est remplie de manteaux que j'imagine que mon futur mari et mes futurs fils porteront.

L'odeur d'Old Spice me ravit. C'est parce que mon père le portait. Tu te souviens comment j'ouvrais son flacon de parfum juste pour le sentir quand je voulais me calmer ? Cela me fait sourire aujourd'hui, mais chaque fois qu'il me serre dans ses bras, je ressens encore un profond sentiment de sécurité. Même aujourd'hui.

Mes filles et moi aurons un placard à manteaux dans une autre pièce, peut-être dans une chambre mansardée avec une fenêtre ou un balcon, d'où nous pourrons regarder dehors et parfois nous sentir comme des princesses ou des reines attendant leur bien-aimé, même si nous les avons déjà. C'est ce que je préfère.

Tu me fais penser aux fruits fraîchement coupés sur la table, aux nouveaux livres que je veux emprunter à la bibliothèque et au plaisir de m'envelopper dans ma douce couverture violette pour me blottir dans un coin confortable et lire.

Bien à toi,

P.S. Je sais que cela t'amuse que je vienne te voir pour cette raison. Cela ne me dérange pas, car pour moi, Old Spice signifie “mon premier refuge”.

பிரியமான அபார்ட்மெண்ட்,

நான் உன்னை விரும்புவதற்கு ஒரு காரணமே இருக்கிறது: நான் சாவியைத் திருப்பி, உள்ளே வந்து, கதவை மூடும்போது, வழிச்சாலையில் இருக்கும் மறைந்த கதவைத் திறக்கிறேன்—அங்கே நான் என் எதிர்கால கணவர் மற்றும் மகன்கள் அணியப் போகும் கோட்டுகள் இருக்கும் என நினைத்துக்கொள்கிறேன்.

ஓல்ட் ஸ்பைஸ் வாசனை எனக்கு மிகப் பிடிக்கும். அது என் தந்தை பயன்படுத்திய வாசனை என்பதால். நான் அமைதியாக இருக்க விரும்பும் நேரங்களில் அவரது பர்ஃப்யூம் பாட்டிலைத் திறந்து வாசனைப் பார்க்கும் பழக்கம் உண்டு—அதை நினைத்தால் இப்போது சிரிக்கத் தோன்றுகிறது. ஆனால் அவர் என்னை அணைத்தபோது நான் எப்போதும் பாதுகாப்பாக உணர்ந்தேன்—இன்னும் அப்படித்தான் உணர்கிறேன்.

என் மகள்களும் நானும் வேறு ஒரு இடத்தில் ஒரு கோட் அலமாரி வைத்திருப்போம்—ஒருவேளை ஜன்னலோ அல்லது பால்கனியோ உள்ள மேல்தள அறையில்—அங்கிருந்து வெளியே பார்த்து, ஏற்கனே நம்முடன் இருப்பவர்களாக இருந்தாலும், அவர்களை எதிர்பார்த்து காத்திருக்கும் இளவரசிகள் அல்லது ராணிகள் போல உணரலாம். அதுதான் அதன் அழகு.

நீ எனக்குச் சுட்டிக்காட்டுவது, டேபிளில் வெட்டிய பழங்களின் நறுமணம், நூலகத்திலிருந்து வாங்க விரும்பும் புதிய புத்தகங்கள், மற்றும் மென்மையான ஊதா போர்வையைப் பிடித்து ஒரு சுகமான மூலையில் உட்கார்ந்து படிப்பதில் கிடைக்கும் மகிழ்ச்சி.

உன்னுடையது

P.S. நான் உன்னிடம் இதற்காக வருவதை நீ நகைச்சுவையுடன் பார்க்கிறாய் என தெரியும். எனக்கு அதில் பிரச்சனை இல்லை—ஏனெனில் ஓல்ட் ஸ்பைஸ் எனக்குச் சொல்லுவது இதுதான்: "என் முதல் பாதுகாப்பான இடம்."

∞

Dear Mansion,

Aren't you a bit of a show-off? Yes, I noticed all those paintings you've been adding to your collection. How does it feel when you add the colours of the sun from your heart to its soft *Peach* scented walls?

You boldly place my writing in places everyone can see. I know you enjoy it when I blush because you like me knowing how much I matter to you. Sometimes, I am glad how you manage my feelings of being seen by others so well. You act like a museum of all the things I am and which I tried to do my best.

You even allowed space for a special room with all my failings, attempts and maybes. I like this room the best. I know many wonder why I linger in these spaces for longer than I should, but it's because I like remembering how how beautiful a seed can be before it gives life to what is new.

Yours

P.S. Maybe we should talk about adding in some birds, puppies and kittens? A little mess, a little noise, and a little more love is perfectly reasonable to add. Right?

Cher Mansion,

N'es-tu pas un peu prétentieux ? Oui, j'ai remarqué toutes ces peintures que tu as ajoutées à ta collection. Que ressens-tu lorsque tu ajoutes les couleurs du soleil de ton cœur à ses murs doux parfumés à la pêche ?

Tu places audacieusement mes écrits à la vue de tous. Je sais que tu aimes me voir rougir, car tu aimes que je sache à quel point je compte pour toi. Parfois, je suis heureuse que tu gères si bien mes sentiments d'être vue par les autres. Tu agis comme un musée de tout ce que je suis et de tout ce que j'ai essayé de faire de mon mieux.

Tu as même prévu un espace pour une pièce spéciale avec tous mes échecs, mes tentatives et mes “peut-être”. C'est cette pièce que je préfère. Je sais que beaucoup se demandent pourquoi je m'attarde dans ces espaces plus longtemps que je ne le devrais, mais c'est parce que j'aime me rappeler à quel point une graine peut être belle avant de donner vie à quelque chose de nouveau.

Bien à toi,

P.S. Peut-être devrions-nous envisager d'ajouter quelques oiseaux, chiots et chatons ? Un peu de désordre, un peu de bruit et un peu plus d'amour, c'est tout à fait raisonnable, non ?

அன்புள்ள மாளிகை,

நீங்கள் சிறிது போர் காட்டுகிறீர்களா? ஆம், நான் பார்த்தேன், நீங்கள் உங்கள் சேகரிப்பில் எத்தனை ஓவியங்களை சேர்த்துள்ளீர்கள் என்று. உங்கள் இதயத்தின் பசும்பொன் நிறங்களை அதன் மென்மையான பாதாம் மாடி வாசனை கொண்ட சுவர்களுக்கு சேர்த்துவிடும்போது எப்படி உணர்வு வருகிறது?

நீங்கள் எனது எழுத்துக்களை அனைவரும் காணக்கூடிய இடங்களில் பரிசுத்தமாக வைக்கின்றீர்கள். நான் எப்போது சிவந்து போகிறேன் என்பதை நீங்கள் ரசிக்கின்றீர்கள், ஏனெனில் நீங்கள் எனக்கு எவ்வளவு முக்கியமென நான் உணர வேண்டும் என்பதை நீங்கள் விரும்புகிறீர்கள்.

சில சமயங்களில், பிறரால் எனது உணர்வுகளைச் சொல்லும் விதம் எப்படி நீங்கள் தாங்குகிறீர்கள் என்பதைப் பார்க்க நான் மகிழ்ச்சியடைகிறேன். நீங்கள் எனது எல்லா முயற்சிகளையும் அற்புதமான கலாச்சாரமாக எடுத்துக்கொள்கிறீர்கள், நான் செய்த சிறிய தவறுகள், முயற்சிகள், மற்றும் "ஐயோ, என்ன சொல்வது?" இவை அனைத்தையும் ஒரு தனிப்பட்ட அறையில் பரிசளிக்கவும் அனுமதிக்கின்றீர்கள்.

இந்த அறையே எனக்கு மிகவும் பிடிக்கும். பலர் இதை கேட்டாலும் நான் இங்கு ஏனெனில் நிறைய நேரம் கழிக்கின்றேன் என்று, ஆனால் அது நுணுக்கமான விதத்தில் ஒரு கீரை செடியின் அழகை நினைவில் வைக்க விரும்புவதினால் தான்.

உங்கள்,
பி.எஸ். சில பறவைகள், பக்கைகள் மற்றும் பூனைகள் சேர்ப்பது பற்றி பேசலாமா? சிறிது குழப்பம், சிறிது சத்தம், மற்றும் சிறிது கூடுதல் காதல் சேர்க்கும் பயன் இருக்கலாம் என்று நான் நினைக்கிறேன். சரிதானா?

Dear Cabin,

How are you? I am thinking about you. I like being alone, but it is nice to have you share these quiet moments with me.

I like to step into you and smell the *Cedarwood*, as its earthy aroma rises from your walls. Your heady scent of the forest fills my lungs, makes me think of the beauty of seasons, and comforts my weary heart. Your shelves hold my favourite books. The tales by the fireplace carry the warmest flames, inviting me to sit beside them.

I like to be with you when I want to be alone. I keep a large kettle of tea nearby, pouring cup after cup as I sip, write, and shed tears over things I sometimes can't talk about with anyone else. Afterwards, I look at the moon from your window, at the pages I've written, at the beauty in the journey, and I smile because I know you listened with me.

Yours

P.S. I like to talk to the Weaver here. He is everywhere. Did you know?

Chère Cabane,

Comment vas-tu ? Je pense à toi. J'aime être seule, mais c'est agréable que tu partages ces moments de tranquillité avec moi.

J'aime entrer chez toi et sentir le bois de cèdre, dont l'arôme terreux s'élève de tes murs. Ton parfum enivrant de forêt emplit mes poumons, me fait penser à la beauté des saisons et réconforte mon cœur fatigué. Tes étagères abritent mes livres préférés. Les contes près de la cheminée diffusent une chaleur réconfortante qui m'invite à m'asseoir à côté d'eux.

J'aime être avec toi quand je veux être seule. Je garde une grande bouilloire de thé à portée de main, me servant tasse après tasse tandis que je sirote, j'écris et je verse des larmes sur des choses dont je ne peux parfois parler à personne d'autre. Ensuite, je regarde la lune depuis ta fenêtre, les pages que j'ai écrites, la beauté du voyage, et je souris parce que je sais que tu m'as écoutée.

Bien à toi,

P.S. J'aime parler au Tisseur ici. Il est partout. Le savais-tu ?

அன்புள்ள குடில்,

நீங்கள் எப்படி இருக்கிறீர்கள்? நான் உங்களை நினைத்துக் கொண்டிருந்தேன். எனக்கு தனியாக இருப்பது பிடிக்கும், ஆனால் இந்த அமைதியான தருணங்களை உங்களுடன் பகிர்வது இன்னும் அழகாக இருக்கிறது.

நான் உங்களுக்குள் நுழையும் போது, சிடார்வுட் மரத்தின் மணம் எனை வரவேற்கிறது—அதன் மண்ணின் வாசனை சுவர்களிலிருந்து எழுந்து மனதை நிம்மதியாக்குகிறது. காடு நிறைந்த அந்த மணம் என் நுரையீரல்களில் நிறைந்து, பருவங்களின் அழகை நினைவூட்டுகிறது, என் சோர்ந்த இதயத்தைக் காத்திடுகிறது.

உங்கள் அலமாரிகளில் எனது பிரியமான புத்தகங்கள் அமைதியாக நிற்கின்றன. அடுப்பருகில் இருக்கும் கதைகள், தங்களது வெப்பமான தீப்பொறிகளுடன், எனை அருகில் வந்து அமரச்சொல்கின்றன.

நான் தனியாக இருக்க விரும்பும் நேரங்களில் உங்களுடன் இருப்பதையும் விரும்புகிறேன். அருகில் ஒரு பெரிய தேநீர் கெட்டலை வைத்திருப்பேன்; கோப்பை பின் கோப்பை ஊற்றி குடித்துக்கொண்டே எழுதுவேன், சில நேரங்களில் யாரிடமும் பகிர முடியாத துக்கங்களுக்காக கண்ணீர் வடிப்பேன்.

பின்னர், உங்கள் ஜன்னல் வழியாக நிலாவை நோக்கி பார்ப்பேன்—நான் எழுதிய பக்கங்களை, பயணத்தின் அழகை பார்ப்பேன்—அதனை எல்லாம் நினைத்து சிரிப்பேன், ஏனெனில் நீங்கள் எனக்குடன் அமைதியாகக் கேட்டீர்கள் என்பதை நான் அறிவேன்.

உங்கள்,

பி. எஸ். இங்குள்ள நெசவாளர் உடன் பேசுவதும் எனக்கு பிடிக்கும். அவர் எங்கும் இருக்கிறார். உங்களுக்கு தெரியுமா?

Dear Houseboat,

The steady waves move your body forward. I remember this feeling from when I was on a boat in the river. There was something so calm in the way it glided, it felt like soundless music being played.

I wonder if the water has instruments we do not know yet, just like the wind does. There must be plenty of them but I guess these secrets are meant to be discovered at the right time by those they were assigned to. We have so many beautiful instruments already created from wood and the land, but that still need the wind to carry its sound to us.

One of my favourite things to do when I am with you is to throw my legs into the water, kick my feet to play, or stay still. There are times I sip chocolate or coffee with a touch of *Peppermint.* That happy feeling makes me sway as I write and play instrumentals from my playlist. Dreaming then becomes effortless. What are those dreams? You'd smile and shake your head if I told you.

Yours

P.S. If I had am instrument, it would be made of wood, and would be called "The Dolphin". It would be shaped like one and have thirteen strings, and it would have to be played half in the water and half on land so that the sounds of water meeting the wind and wood can be found.

Chère Péniche,

Les vagues régulières font avancer ton corps. Je me souviens de cette sensation lorsque j'étais sur un bateau sur la rivière. Il y avait quelque chose de si calme dans la façon dont il glissait, c'était comme une musique silencieuse.

Je me demande si l'eau possède des instruments que nous ne connaissons pas encore, tout comme le vent. Il doit y en avoir beaucoup, mais je suppose que ces secrets sont destinés à être découverts au moment opportun par ceux à qui ils sont destinés. Nous avons déjà tant de beaux instruments créés à partir du bois et de la terre, mais qui ont encore besoin du vent pour nous apporter leur son.

L'une de mes activités préférées lorsque je suis avec toi est de plonger mes jambes dans l'eau, de battre des pieds pour jouer ou de rester immobile. Il m'arrive parfois de siroter un chocolat chaud ou un café avec une touche de menthe poivrée. Ce sentiment de bonheur me fait me balancer tandis que j'écris et que je joue des morceaux instrumentaux de ma playlist. Il devient alors facile de rêver. Quels sont ces rêves ? Vous sourirez et secouerez la tête si je vous le disais.

Bien à vous,

P.S. Si j'avais un instrument, il serait en bois et s'appellerait “Le Dauphin”. Il aurait la forme d'un dauphin et treize cordes, et il faudrait le jouer à moitié dans l'eau et à moitié sur la terre ferme afin de pouvoir entendre les sons de l'eau rencontrant le vent et le bois.

அன்புள்ள படகு வீடு,

சீரான அலைகள் உன்னுடைய உடலை முன்னேற்றுகின்றன. நான் ஆற்றில் ஒரு படகில் இருந்த போது அந்த உணர்வு என்னுடைய நினைவுகளில் உள்ளது. அதன் மெதுவாக சரிந்த வழி, அது இசையின் போலியான அமைதியான ஓசை போல உணரப்பட்டது.

நான் அறிந்திராத, நீர் போன்ற இயற்கையின் கருவிகளும் இருக்கிறதா என்று நான் யோசிக்கின்றேன், அதேபோல் காற்றின் உள்பொருளையும். அவை மிகவும் பலவாக இருக்க வேண்டும் என்று நினைக்கின்றேன், ஆனால் இவை அந்த குரலுக்கான உரிமையை பெற்றவர்களால் தான் சரியான நேரத்தில் கண்டுபிடிக்கப்பட வேண்டும் என்று நினைக்கிறேன். நாம் ஏற்கனவே மரத்திலும் நிலத்திலும் இருந்து உருவாக்கப்பட்ட அழகிய கருவிகள் கொண்டுள்ளோம், ஆனால் அவற்றின் ஒலி எங்களுக்குக் காற்றின் வழியே தான் வந்தாலும்.

நான் உன்னுடன் இருக்கும் போது செய்யும் என் விருப்பமான ஒன்றாவது என் கால் நதிக்குள் வீசுவதுதான். கால் முழுதாக வீசினாலும், நில்லுத்தாலும் பரவாயில்லை. சில சமயங்களில் நான் சாக்லெட் அல்லது புதின சுவையுடன் காபி குடிக்கின்றேன். அந்த மகிழ்ச்சி என்னை அந்த இசையை எழுதிக்கொண்டே ஆட்டமாட வைக்கின்றது. கனவுகள் அப்போது எளிதாக மாறிக்கொண்டே இருக்கின்றன. அந்த கனவுகள் என்னவென்று நினைக்கின்றாய்? நான் உங்களிடம் கூறினால், நீங்கள் புன்னகைத்து தலை விடுவீர்கள்.

உங்கள்,

பி. எஸ். என்னிடம் ஒரு கருவி இருந்திருந்தால், அது மரத்தால் செய்யப்பட்டு, “திமிங்கலா” என்று அழைக்கப்பட்டிருக்கும். அது திமிங்கலா போன்ற வடிவில் இருக்கும் மற்றும் பதின்மூன்று கம்பிகளையும் கொண்டிருக்கும். இதை நீரிலும், நிலத்திலும் பாதியாக வாசிக்க வேண்டும் என்று நினைக்கின்றேன், அதுவே நீர், காற்று மற்றும் மரத்தின் ஒலிகளை ஒன்றிணைக்கும் வகையில் கானொலிகளை உண்டாக்கும்.

Dear Mobile Home,

You are my runaway plan.

If I could and if I did not love my future husband and to-be children already, I would travel the world with just you, my books, and my dreams. I would not worry about anything except my parents, the richness of living—and the road ahead. I would gather fallen flowers and stick them in your windows, paint your sides in whatever colour mood I am in. And if I feel joyful, I will be extravagant, drawing smiley faces in bright hues that make everyone wonder why the heck I am so sunny.

I would play music soundtracks I liked, especially *The Phantom of the Opera*, and I would sing along to its lyrics in the highest pitch—totally out of tune—singing the wrong lines and correcting my mistakes mentally because I can. I would race with the waves on the beach, and when the *Ocean Breeze* kisses me, I will kiss it right back and wave at storms in the distance. And if they overtake me, I will speed right into them and laugh in the rain. I will get drenched till my clothes are see-through because you would be—freedom on wheels.

Yours

P.S. I could learn to drive—and one day, I will—if I really want to, but for now, I will dream of travelling with my ride-or-die, lifetime, forever-and-ever partner.

Chère Maison Mobile,

Tu es mon plan de fuite.

Si je le pouvais et si je n'aimais pas déjà mon futur mari et mes futurs enfants, je parcourrais le monde avec toi, mes livres et mes rêves. Je ne m'inquiéterais de rien, sauf de mes parents, de la richesse de la vie et de la route qui m'attend. Je ramasserais des fleurs tombées et les collerais à tes fenêtres, je peindrais tes côtés de la couleur qui me plairait selon mon humeur. Et si je me sentais joyeuse, je ferais preuve d'extravagance, dessinant des smileys aux couleurs vives qui feraient se demander à tout le monde pourquoi je suis si rayonnante.

Je mettrais les bandes originales des films que j'aime, en particulier Le Fantôme de l'Opéra, et je chanterais les paroles à tue-tête, complètement faux, en chantant les mauvaises paroles et en corrigeant mentalement mes erreurs, parce que je peux le faire. Je courrais avec les vagues sur la plage, et quand la brise marine m'embrasserait, je l'embrasserais en retour et je ferais signe aux tempêtes au loin. Et si elles me rattrapaient, je fonçais droit vers elles et je riais sous la pluie. Je serais trempée jusqu'à ce que mes vêtements soient transparents, car tu serais là : la liberté sur roues.

Bien à toi

P.S. Je pourrais apprendre à conduire, et un jour, je le ferai, si je le veux vraiment, mais pour l'instant, je rêve de voyager avec mon partenaire pour la vie, pour toujours et à jamais.

அன்புள்ள சஞ்சார வீடு,

நீங்கள் என் ஓடிப்போகும் திட்டம்.

நான் முடிந்தால்—மேலும் என் எதிர்கால கணவன் மற்றும் குழந்தைகளை நான் ஏற்கனவே நேசிக்கவில்லை எனில்—நான் உங்களுடன் மட்டும் உலகம் முழுவதும் பயணித்திருப்பேன். நீ, என் புத்தகங்கள், என் கனவுகள்—அவற்றோடு மட்டுமே. எனது பெற்றோர்கள், வாழ்வின் செழிப்பு, மற்றும் முன் இருக்கும் பாதை தவிர வேறெதற்கும் நான் கவலைப்பட மாட்டேன். விழுந்த மலர்களைச் சேகரித்து உங்கள் ஜன்னல்களில் வைப்பேன், என் மனநிலைக்கு ஏற்ற நிறங்களில் உங்கள் பக்கங்களை வர்ணம் பூசுவேன்.

மகிழ்ச்சி இருந்தால், நான் கொஞ்சம் ஆடம்பரமாக இருப்பேன்—பிரகாசமான நிறங்களில் சிரிக்கும் முகங்களை வரைந்து, ஏன் இவள் இவ்வளவு சந்தோஷமாக இருக்கிறாள் என்று எல்லோரும் வியக்கட்டும்.

எனக்கு பிடித்த இசைத் தொகுப்புகளை, குறிப்பாக *The Phantom of the Opera* பாடல்களை, முழு குரலில்—ராகம் தவறியும், வரிகள் குழப்பத்துடனும்—பாடுவேன்; மனதில் திருத்திக்கொள்வேன், ஏனெனில் அதையும் நான் விரும்புகிறேன்.

கடற்கரையில் அலைகளுடன் பந்தயமிடுவேன், கடல் காற்று என்னை முத்தமிடும்போது, அதற்கு பதில் முத்தமிடுவேன். தூரத்தில் புயல்களைப் பார்த்து கையசைத்து, அவை என்னை அடைந்தால் மழையில் சிரித்துக்கொண்டே ஓட்டுவேன். நீரில் நனைந்து என் ஆடைகள் வெளிச்சமாக மாறினாலும் பரவாயில்லை, ஏனெனில் நீ—சுதந்திரம் கொண்ட சக்கரம்.

உங்கள்,

பி. எஸ். நான் ஓட்டக் கற்றுக்கொள்ளலாம்—ஒருநாள் கற்றுக்கொள்வேன்—உண்மையாக விரும்பினால். ஆனால் இப்போது, என் வாழ்நாள் முழுதும் எனக்கே உரிய, எனக்காகவே இருக்கும் பயணத் துணையுடன் பயணம் செய்வதைக் கனவு காண்கிறேன்.

∞

Dear Cottage,

When I want to face the truth, I like staying with you. Kindness is in everything, especially in the hard stuff that I have to sort out, because when I free myself from what makes me feel heavy, light can be found waiting in those places.

Light is love in disguise, but it is hard to connect it to the truth when the truth can be harsh. Once the truth is seen, one cannot unsee it. The reconciliation of what we knew with what is—can be a hard process, but it is what I have now come to understand equals what healing really is.

I have learned over time with *Cinnamon* sprinkled in my homemade tea or coffee, vanilla ice-cream (I do not like it plain) or buttered roasted apples (unhealthy but I like to spoil myself when I am doing hard internal work here, even if you are imaginary) that whatever comes with conditions is not the truth. Whatever makes me believe I am not enough is not the truth. Whatever makes me look at myself negatively in the way others tell me I am, is not true either. But when I sit with the Weaver, I have come to see who I truly am in the mirror.

Yours

P.S. You make me feel like I am a chimera. Perhaps it's because I feel that way about you too. You help me start anew.

Cher Cottage,

Quand je veux affronter la vérité, j'aime rester avec toi. La gentillesse est partout, surtout dans les choses difficiles que je dois régler, car lorsque je me libère de ce qui m'alourdit, je trouve la lumière qui m'attend dans ces endroits.

La lumière est l'amour déguisé, mais il est difficile de la relier à la vérité lorsque celle-ci peut être dure. Une fois que la vérité est révélée, on ne peut plus l'ignorer. La réconciliation entre ce que nous savions et ce qui est peut être un processus difficile, mais c'est ce que j'ai fini par comprendre comme étant la véritable guérison.

J'ai appris au fil du temps, en saupoudrant de la cannelle dans mon thé ou mon café maison, dans ma glace à la vanille (je n'aime pas celle nature) ou dans mes pommes rôties au beurre (ce n'est pas bon pour la santé, mais j'aime me faire plaisir lorsque je fais un travail intérieur difficile ici, même si vous êtes imaginaire), que tout ce qui est assorti de conditions n'est pas la vérité. Tout ce qui me fait croire que je ne suis pas à la hauteur n'est pas la vérité. Tout ce qui me fait me voir négativement, comme les autres me décrivent, n'est pas vrai non plus. Mais lorsque je m'assois avec le Tisseur, j'ai fini par voir qui je suis vraiment dans le miroir.

Bien à toi,

P.S. Tu me donnes l'impression d'être une chimère. C'est peut-être parce que je ressens la même chose à ton égard. Tu m'aides à prendre un nouveau départ.

அன்புள்ள குடிசை,

நான் உண்மையை எதிர்கொள்ள விரும்பும் நேரங்களில், உன்னுடன் இருப்பதையே விரும்புகிறேன். அன்பு எல்லாவற்றிலும் இருக்கிறது—குறிப்பாக கடினமான விஷயங்களில்கூட, நான் புரிந்துகொள்ள வேண்டியவற்றில். என்னை கனமாக உணரவைக்கும் எல்லாவற்றிலிருந்தும் நான் விடுபடும் போது, அந்த இடங்களில் ஒளி என்னை காத்திருக்கிறது.

ஒளி என்பது அன்பின் மறைமுக வடிவம், ஆனால் உண்மை சில நேரங்களில் கடுமையானதாக இருக்கும்போது, அதனுடன் அன்பை இணைப்பது எளிதல்ல. ஒருமுறை உண்மை தெரிந்துவிட்டால், அதை மறக்க முடியாது. நாம் முன்பு நம்பியதையும், இப்போது உண்மையில் இருப்பதையும் சமநிலைப்படுத்துவது கடினமாக இருக்கலாம்—ஆனால் இதுவே “மருத்துவம்” என்றால் என்ன என்பதை நான் இப்போது புரிந்துகொண்டுள்ளேன்.

சின்னமன் தூவிய தேனீர் அல்லது காபி, வனிலா ஐஸ்கிரீம் (எனக்கு வெறும் வனிலா பிடிக்காது), வெண்ணெயில் வறுத்த ஆப்பிள்கள் (ஆரோக்கியமில்லாதவை, ஆனால் நான் உள்ளுக்குள் கடினமான வேலை செய்வது போல் உணரும்போது எனக்கு சிறிது தாராளமாக இருக்க விரும்புகிறேன்—நீ கற்பனை உலகின் ஒரு பாகம் என்றாலும்)—இவற்றின் வழியாக நான் கற்றுக்கொண்டது என்னவென்றால், நிபந்தனைகளுடன் வரும் எதுவும் உண்மையல்ல.

என்னை “போதுமானவளில்லை” என்று நம்ப வைப்பதெல்லாம் உண்மையல்ல. மற்றவர்கள் என்னைப் பற்றி கூறும் எதிர்மறை பார்வைகளில் என்னை நான் காண வைப்பதெல்லாம் உண்மையல்ல. ஆனால் நான் நெசவாளருடன் உட்காரும்போது, கண்ணாடியில் நான் உண்மையில் யார் என்பதை நான் காண முடிகிறது.

உங்கள்,

பி. எஸ். நீ என்னை ஒரு “சிமீரா” போல உணரவைக்கிறாய். பொதுவாக அதற்குக் காரணம், நான் உன்னையும் அதுபோலவே உணருகிறேன் என்பதாலாகலாம். நீ எனக்குத் புதிய துவக்கத்தைத் தருகிறாய்.

Dear Igloo,

I love knowing I have you whenever I want to escape every person I have ever met. You are one of my secret homes. I like keeping handkerchiefs in your small white cupboard, but I think it is my notes in ink on them that are needed more. I often misplace them in the real world, so I add them back here in different forms because love always expands—it never shrinks.

Goodness knows in whose hands they end up in, but I have a theory. I think there are invisible heroes who need them for all aged damsels in distress and so I do not mind when I lose them because hearts need saving. I leave signs to say: "You are welcome here. Don't be afraid. These are for you." The other day I changed this theory because women are more open about their tears. Perhaps there are invisible heroes who need my handkerchiefs more, but don't like saying so. I like the thought that emotionally deep pirates sit here with you to cry their hearts out when I am not there.

I dip each edge of a handkerchief with *Eucalyptus* because when I am here, I can be grumpy, sneeze and cough loudly when I am sick without pandering to the accepted polite ways. I make silly faces in the mirror to remind myself that I can in my winter space.

Yours

P.S. I also write behind the signs: And if you use these lost handkerchiefs, I don't want them back. Keep them with my love.

Cher Igloo,

J'aime savoir que je peux compter sur toi chaque fois que je veux échapper à toutes les personnes que j'ai rencontrées. Tu es l'un de mes refuges secrets. J'aime garder des mouchoirs dans ta petite armoire blanche, mais je pense que ce sont mes notes écrites à l'encre dessus qui sont les plus utiles. Je les égare souvent dans le monde réel, alors je les rajoute ici sous différentes formes, car l'amour ne cesse de grandir, il ne diminue jamais.

Dieu seul sait entre quelles mains elles finissent, mais j'ai ma petite idée. Je pense qu'il existe des héros invisibles qui en ont besoin pour toutes les demoiselles en détresse, quel que soit leur âge, et cela ne me dérange pas de les perdre, car les cœurs ont besoin d'être sauvés. Je laisse des messages disant : "Vous êtes les bienvenus ici. N'ayez pas peur. Ceci est pour vous." L'autre jour, j'ai changé d'avis, car les femmes sont plus ouvertes à propos de leurs larmes. Il y a peut-être des héros invisibles qui ont davantage besoin de mes mouchoirs, mais qui n'aiment pas le dire. J'aime l'idée que des pirates émotionnellement profonds s'assoient ici avec vous pour pleurer à chaudes larmes quand je ne suis pas là.

Je trempe chaque bord d'un mouchoir dans de l'eucalyptus, car quand je suis ici, je peux être grincheuse, éternuer et tousser bruyamment quand je suis malade, sans me plier aux règles de politesse acceptées. Je fais des grimaces dans le miroir pour me rappeler que je peux le faire dans mon espace hivernal.

Bien à vous,

P.S. J'écris également derrière les panneaux: "Et si vous utilisez ces mouchoirs perdus, je ne veux pas les récupérer. Gardez-les avec mon amour."

அன்புள்ள பனிமனை,

எனக்கு உன்னிடம் வர முடியும் என்ற உணர்வு எனக்கு மிகவும் பிடிக்கும்—குறிப்பாக நான் இதுவரை சந்தித்த எல்லா மனிதர்களிடமிருந்தும் தப்பிக்க விரும்பும் நேரங்களில். நீ என் ரகசிய வீடுகளில் ஒன்றாக இருக்கிறாய். உன் சிறிய வெண்மையான அலமாரியில் நான் துண்டுக்குட்டிகளை வைத்திருக்க விரும்புகிறேன், ஆனால் அதில் மை எழுத்துகளால் எழுதப்பட்ட எனது குறிப்புகள் இன்னும் முக்கியமானவை என்று நினைக்கிறேன். உண்மையான உலகில் நான் அவற்றை அடிக்கடி தவறவிடுகிறேன், அதனால் இங்கு அவற்றை வேறு வடிவங்களில் மீண்டும் சேர்க்கிறேன்—ஏனெனில் அன்பு எப்போதும் விரிவடைகிறது; அது ஒருபோதும் சுருங்காது.

அவை எவரின் கைகளில் முடிகிறதோ என்று கடவுளுக்கே தெரியும், ஆனால் எனக்கு ஒரு கோட்பாடு உண்டு. எல்லா வயதினரும் துயரத்தில் இருக்கும் பெண்களுக்கு உதவ அவை தேவையான, கண்ணுக்கு தெரியாத நாயகர்கள் இருப்பார்கள் என்று நான் நம்புகிறேன். அதனால் நான் அவற்றை இழந்தாலும் கவலைப்பட மாட்டேன்—ஏனெனில் இதயங்கள் காப்பாற்றப்பட வேண்டும். நான் ஒரு சின்னத்தை விட்டு செல்கிறேன்:

“இங்கே வரவேற்கப்படுகிறீர்கள். பயப்படாதீர்கள். இவை உங்களுக்காக.”

சில நாட்களுக்கு முன் நான் இந்த கோட்பாட்டை மாற்றினேன், ஏனெனில் பெண்கள் தங்கள் கண்ணீரை வெளிப்படையாகப் பகிர்வதில் தைரியமாக இருக்கிறார்கள். அதனால், என் துண்டுக்குட்டிகள் உண்மையில் வேறு சிலருக்கே—சொல்லாமல் தங்களின் வேதனையை தாங்கும் கண்ணுக்குத் தெரியாத நாயகர்களுக்கே—தேவையானவையாக இருக்கலாம் என்று நினைத்தேன். நான் இங்கே இல்லாதபோது, உணர்ச்சிமிகு கடற்கொள்ளையர்கள் உன்னுடன் அமர்ந்து தங்களின் இதயத்தை வெளிப்படுத்துகிறார்கள் என்ற எண்ணமே எனக்கு ஆறுதலாக இருக்கிறது.

ஒவ்வொரு துண்டுக்குட்டியின் விளிம்புகளையும் நான் யூகலிப்டஸ் மணத்தில் நனைக்கிறேன்—ஏனெனில் இங்கே நான் கோபமாக இருக்கலாம், சளி அல்லது தும்மல் வந்தால் சத்தமாகச் செய்யலாம், மரியாதைக்குரிய சமூக மரபுகளைப்

பின்பற்றாமல். கண்ணாடியில் முகம் சுளிக்கவும் முடியும்—இங்கே, என் குளிர்கால இடத்தில் நான் என்னாகவே இருக்க முடியும் என்பதை நினைவூட்டுவதற்காக.

உங்கள்,

பி. எஸ். சின்னத்தின் பின்புறம் நான் எழுதுகிறேன்: "இந்தத் தொலைந்த துண்டுக்குட்டிகளை நீங்கள் பயன்படுத்தினால், அவற்றை எனக்கு திருப்பி தர தேவையில்லை. என் அன்புடன் அவற்றை வைத்துக் கொள்ளுங்கள்."

Dear Treehouse,

Ah, but you are my true luxury. I have seen many treehouses but only been in one. It was not really up high, just elevated, and near a tree so I did not think it was a treehouse, though I felt I shouldn't say that aloud. Everyone is entitled to believe in the magic of what they create. You are perhaps my favourite place in the world to articulate thoughts and feelings, or to sing tones and tunes. But there is something infinitely comforting in smelling the *Pages* of an old book I love keeping there. It makes me feel like I am a bird even when I am not. What is it about having your feet grounded so high up in a tree that it makes you believe you can fly or do anything that you want to do?

Do you like when the squirrels come over sometimes? I once rescued a baby squirrel from a storm. The girl I gave him to named him Peanut. Or was it Duke? He was so sweet, little and helpless. I was sad that I could not keep him, and the girl who had him said that he left one day. That's why I keep a bowl of peanuts there—just in case he returns.

You belong to every adventure I undertake because you give me inspiration. I like to lie down on the floor and dream. The clouds are closest to you, and I like to climb the steps to reach you. I should like to do this when I am an old lady too. But I also have a crazy way to get to you—I just imagine, and I am there.

Yours

P.S. I am glad that your door recognizes only me.

Chère Cabane Dans Les Arbres,

Ah, mais tu es mon véritable luxe. J'ai vu beaucoup de cabanes dans les arbres, mais je n'en ai visité qu'une seule. Elle n'était pas vraiment en hauteur, juste surélevée, et près d'un arbre, donc je ne pensais pas que c'était une cabane dans les arbres, même si je sentais que je ne devais pas le dire à voix haute. Chacun a le droit de croire à la magie de ce qu'il crée. Tu es peut-être mon endroit préféré au monde pour exprimer mes pensées et mes sentiments, ou pour chanter des mélodies. Mais il y a quelque chose d'infiniment réconfortant à sentir les pages d'un vieux livre que j'aime garder là-bas. Cela me donne l'impression d'être un oiseau, même si je ne le suis pas. Qu'y a-t-il de si spécial à avoir les pieds ancrés si haut dans un arbre que cela te fait croire que tu peux voler ou faire tout ce que tu veux ?

Aimes-tu quand les écureuils viennent parfois te rendre visite ? Une fois, j'ai sauvé un bébé écureuil d'une tempête. La fille à qui je l'ai donné l'a appelé Peanut. Ou était-ce Duke ? Il était si mignon, petit et sans défense. J'étais triste de ne pas pouvoir le garder, et la fille qui l'avait dit qu'il était parti un jour. C'est pourquoi je garde un bol de cacahuètes là-bas, au cas où il reviendrait.

Tu fais partie de toutes les aventures que j'entreprends, car tu m'inspires. J'aime m'allonger sur le sol et rêver. Les nuages sont tout près de toi, et j'aime monter les marches pour t'atteindre. J'aimerais pouvoir continuer à le faire quand je serai vieille. Mais j'ai aussi une façon un peu folle de t'atteindre : il me suffit d'imaginer, et j'y suis.

Bien à toi,

P.S. Je suis contente que ta porte ne reconnaisse que moi.

அன்புள்ள மரமனை,

ஆஹா, ஆனால் நீயே என் உண்மையான ஆடம்பரம்.

நான் பல மரமனைகளை பார்த்திருக்கிறேன், ஆனால் ஒரே முறை மட்டுமே ஒன்றிற்குள் சென்றிருக்கிறேன். அது மிக உயரத்தில் இல்லை—கொஞ்சம் உயர்த்தப்பட்டிருந்தது, ஒரு மரத்துக்கு அருகே. அதனால் அது உண்மையான மரமனை அல்ல என்று எண்ணினேன், ஆனால் அதை வெளியில் சொல்லக்கூடாது என்று உணர்ந்தேன். ஒவ்வொருவருக்கும் தங்கள் படைப்பில் உள்ள மாயையில் நம்பிக்கை வைக்கும் உரிமை இருக்கிறது.

நீ உலகிலேயே எனக்கு மிகவும் பிடித்த இடமாக இருக்கிறாய்—என் எண்ணங்களையும் உணர்வுகளையும் சொல்லுவதற்கோ அல்லது இசை ஹம்மிங் செய்யுவதற்கோ.

ஆனால் நான் அங்கே வைத்திருக்கும் பழைய புத்தகங்களின் பக்கங்களின் மணத்தை மணப்பதில் ஒரு அளவற்ற ஆறுதல் இருக்கிறது. அது என்னை பறவை போல் உணரவைக்கிறது—நான் பறவை அல்லாதிருந்தாலும்.

மரத்தின் உயரத்தில் நின்றுகொண்டு, என் கால்கள் நிலத்தைத் தொடாதபோதும், நான் எதையும் செய்ய முடியும் என்று நம்ப வைப்பதில் ஒரு மாயம் இருக்கிறது.

உன்னிடம் சில சமயம் வான்குரங்குகள் வரும்போது உனக்கு பிடிக்குமா? ஒரு முறை நான் ஒரு சிறிய வான்குரங்கை புயலிலிருந்து காப்பாற்றினேன். அவனை நான் கொடுத்த சிறுமி அவனை “பீனட்” என்று பெயரிட்டாள்—அல்லது “ட்யூக்” என்று இருந்ததோ? அவன் மிகவும் இனிமையானவனாக இருந்தான்—சிறியதும், உதவியற்றவனும்.

அவனை நான் வைத்துக்கொள்ள முடியவில்லை என்பதில் சோகமாயிருந்தேன். பின்னர் அந்தச் சிறுமி கூறினாள், ஒருநாள் அவன் போய்விட்டான் என்று. அதனால் தான் நான் இங்கு ஒரு பீனட் கிண்ணம் வைத்திருக்கிறேன்—ஒருநாள் அவன் திரும்பி வந்தால் என்று.

நான் மேற்கொள்ளும் ஒவ்வொரு சாகசத்திலும் நீ இருக்கிறாய்—ஏனெனில் நீ எனக்குத் தூண்டல் அளிக்கிறாய். நான் உன் தரையில் படுத்து கனவு காண விரும்புகிறேன். மேகங்கள் உனக்கே அருகில் இருக்கின்றன; உன்னை அடைய படிகளை ஏறுவதும் எனக்கு பிடிக்கும். நான் முதுமை அடைந்த பிறகும் இதையே செய்ய விரும்புகிறேன். ஆனால் உன்னிடம் வருவதற்கான எனது பைத்தியமான வழி வேறே—நான் நினைத்தாலே போதும், நான் அங்கே இருப்பேன்.

உங்கள்,

பி. எஸ். உன் கதவு என்னை மட்டும் அறிந்திருப்பது எனக்கு மகிழ்ச்சி அளிக்கிறது.

Space For You

∞

Acknowledgements

I am grateful

When the world is loud, when your heart needs hope, and whether you need company or not—for different moods, feelings or just to be—you can create places in the palace of your mind. Even if it is not possible to be tangible, you can make it real with your imagination. Sometimes, you can make it happen too, but it is not always necessary.

The mind is a powerful place but without cultivating kindness in your heart, this place can be affected. My heart ink is my mind speaking, yet my heart itself cannot be collected in the same way. This is the mystery of the gift of love that I was given and which I thank my Beloved Weaver every day for.

I want to thank the uber-talented poetic, funny, and creative community for inspiring me at different times during the last two years with their questions, conversations, and workshops.

I want to thank my mother, Preethi Doss—for sharing her classical historical romance collections in my teenage years, especially her Georgette Heyer books because it inspired me to dip into those memories. I remember her sweetness in collecting scents, or things she should have used but kept for us, and her dream of having a solid home to call her own. I understand this desire to feel secure because we moved into and out of so many houses, without ever knowing if we would have something solid beneath us. Every house we entered was temporary; and though it made us feel like we had no steady home, we knew that home was us. This was the gift of knowing what a first home was shaped as. Every first home in the world is different but it is one we remember because even in the ups and downs, those in-betweens are what shape our understanding of what we want in our home.

This is why this lantern is a gift because no matter what age, no matter what we have or don't, no matter how long it takes, it is okay to keep dreaming of having what is good in accordance with the Weaver's sovereign will.

Most importantly, I thank the Weaver for reshaping my understanding of strength. Before 2018, I tried to build safety, security, and stability for others, but when burnout arrived, I was taught to walk into a different season—one that allowed me to receive the same strength that I once poured out. In the beginning of 2018, I remember writing five poems: one of which was about the blocking of senses because of addiction to idolising people in my life. I used the metaphor of an alcholic but in reality, I too was oblivious to how I had put people I loved on a pedestal. This proved to be my downfall because I gave too much of myself, neglected my well-being and was slave to the will of others, not on the Weaver's purpose for my life. Over the past seven years, He has gradually allowed storms to unburden me of all the weight of expectations that I had carried for so long. Now, my open heart knows that, in obedience to Him, everyone connected to me will also be blessed.

Gratitude to my team at *Ink Gladiators Press—Leonie Belle Hawk, Justin Adam Wolf,* and *Aelius Arche*—for their timely support, professional skills and hard work in getting The Lanterns ready for flight.

And one thing has remained certain—that everything is possible with Christ.

May the quill of hope find you in the dark,

Reena Doss

I'll find you in the dark...

Born in Calcutta with roots drawn from Chennai and Pondicherry, Reena Doss has lived most of her life in the south of India—Bangalore. Though she prefers traveling to far-off places inside her head, she sometimes ventures into the world that others call real.

Reena Doss considers writing to be her first voice of expression, followed closely by art, and creativity. Through the encouraging platform provided by the Instagram community, she reclaimed her lost voices, evolved a few others and discovered new ones along the way.

This has redeemed her trust that consistent Hope, Faith and Love in what is true ignites what is impossible to occur. Her adoration for her beloved Weaver, the Celestial Sky, Nature and her fellow Earthians has given her immeasurable courage to endure every season with a resilience born from battles overcome.

You can try and catch her but it may not always be possible as she is generally off on adventures flying on phoenix wings, swimming into the deep with mermaids and chasing fiery dragons down for stories.

To those who remain true to themselves,
to those who create magic wherever they go,
and for those who sit beside the hurt
when everyone else leaves,
Art will always immortalize you.

Please scan the QR code to follow her on Instagram @reenadossauthor
www.reenadoss.com

This little book is called a *Lantern* because love is light in disguise. It can only be found when you are buried in the dark, when the seeds die, and you choose to bravely grow and become worthy of your given name—a polished gem, a diamond that cannot help but shine. Lanterns are meant for those who need hope while they are being:

- ♥ Condemned unjustly by those who see a version they want
- ♥ Gossiped about when they are not present to defend themselves
- ♥ Taken advantage of when they were beaten down by life, by those who should have stood by them
- ♥ Judged, neglected, and persecuted while they are struggling
- ♥ Abandoned by those who willingly chose to see them as toxic because it suited their narrative
- ♥ Manipulated by those who bore false witness against them to take what wasn't theirs
- ♥ Gaslit, broken, and their truth erased while they were at their most vulnerable
- ♥ Hated, harassed, and purposefully pressured into giving up on who they are because of others' jealousy
- ♥ Trying to process trauma to speak in a language that isn't being heard
- ♥ Eagerly isolated by loved ones on the advice of others who can't understand them any more
- ♥ Neglected by those whose promises dimmed when things got difficult
- ♥ Treated as outcasts by those who expect their will to be done
- ♥ Mocked for what they do just because it is different and does not fit into any box

Translations of Hope

Promoting hope and unwrapping the stigma of mental health

For any inquiries, please email us at contact@inkgladiatorspress.com.

Please scan the QR Code below if you would like to follow us

on Instagram @inkgladiatorspress.

Ink Gladiators Press®

Publishing and promoting warriors on life's battlefield

Printed at Repro India Ltd.